காந்திஜியின்
200 செய்திகள்

எஸ். வெங்கடாசலம்

பாரதி
புத்தகாலயம்

GANDHIJIYIN 200 SEITHIKAL

S. Venkatachalam

First Edition: June, 2015 | Second Print: October, 2016

Published by

BHARATHI PUTHAKALYAM

7, Elango Salai, Teynampet, Chennai - 600 018
Email: thamizhbooks@gmail.com | www.thamizhbooks.com

காந்திஜியின் 200 செய்திகள்

எஸ். வெங்கடாசலம்

முதல் பதிப்பு: ஜூன், 2015 | இரண்டாம் அச்சு: அக்டோபர், 2016

வெளியீடு:

பாரதி புத்தகாலயம்

7, இளங்கோ சாலை, தேனாம்பேட்டை, சென்னை - 600 018
தொலைபேசி : 044 24332424, 24356935 விற்பனை: 24332924

விற்பனை நிலையங்கள்

திருவல்லிக்கேணி: 48, தேரடி தெரு | **பெரம்பூர்:** 52, கூக்ஸ் ரோடு
வடபழனி: பேருந்து நிலையம் எதிரில் அடையார் ஆனந்தபவன் மாடியில்
ஈரோடு: 39, ஸ்டேட் பாங்க் சாலை | **திண்டுக்கல்:** பேருந்து நிலையம்
நாகை: 1, ஆரியபத்திரபிள்ளை தெரு | **திருப்பூர்:** 447, அவினாசி சாலை
திருவாரூர்: 35, நேதாஜி சாலை | **சேலம்:** பாலம் 35, அத்வைத ஆஸ்ரமம் சாலை,
சேலம்: 15, வித்யாலயா சாலை | **மயிலாடுதுறை:** ரசாக் டவர், 1J, கச்சேரி சாலை
அருப்புக்கோட்டை: 31, அகமுடையார் மகால் | **நெய்வேலி:** சி.ஐ.டி.யூ அலுவலகம்,
மதுரை: 37A, பெரியார் பேருந்து நிலையம் | **மதுரை:** சர்வோதயா மெயின்ரோடு,
குன்னூர்: N.K.N வணிகவளாகம் பெட்போர்ட் | **செங்கற்பட்டு:1** டி., ஜி.எஸ்.டி சாலை
விழுப்புரம்: 26/1, பவானி தெரு | **திருநெல்வேலி:** 25A, ராஜேந்திரநகர், பாளையங்கோட்டை
விருதுநகர்: 131, கச்சேரி சாலை | **கும்பகோணம்:** ரயில் நிலையம் அருகில்
வேலூர்: S.P. Plaza 264, பேஸ் மிமி , சத்துவாச்சாரி | பேருந்து நிலையம் அருகில்,
தஞ்சாவூர்: காந்திஜி வணிக வளாகம் காந்திஜி சாலை | **விருதாசலம்:** 511A, ஆலடி ரோடு
திருச்சி: வெண்மணி இல்லம், கரூர் புறவழிச்சாலை | **பழனி:** பேருந்து நிலையம்
தேனி: 12,பி, மீனாட்சி அம்மாள் சந்து, இடமால் தெரு
கோவை: 77, மசக்காளிபாளையம் ரோடு, பீளமேடு | **தி.மலை:** முத்தம்மாள் நகர்,
நாகர்கோவில்: கேவ் தெரு, டோத்தி பள்ளி ஜங்ஷன்
சிதம்பரம்: 22A/ 18B தேரடி கடைத் தெரு, கீழவீதி அருகில்

வாழ்த்துரை

இரத்தம் சிந்தியாவது அகண்ட பாரதம் வேண்டும் என்று சிலரும், சிறிய பாரதமாயினும் பரவாயில்லை; இரத்தம் சிந்தக்கூடாது என்று நேரு, இராஜாஜி போன்ற ஜனநாயகவாதிகளும் இரு வேறுவிதமாக சிந்தித்தனர். முடிவில், வகுப்பு மோதல்கள் நிரந்தரப்பட அனுமதித்துவிடக்கூடாது என்பதற்காகவும், உயிர் அழிப்புகள் நிறுத்தப்பட வேண்டும் என்பதற்காகவும் ஒருவழியாக பிரிவினை ஏற்றுக்கொள்ளப்பட்டது. ஆனாலும் எதிர்பார்த்தபடி அமைதி நிலவவில்லை. அதுநாள்வரை அன்னியர்களிடம் அடிமைகளாய் இருந்தவர்கள் சுதந்திரமாய் சூலாயுதம் தூக்கத் தொடங்கி விட்டார்கள். அந்தப்பக்கம் வீச்சுக்கத்தியும் வெட்டருவாளும். கசாப்புக்கடை மாதிரி தேசம் ஆகிவருவது கண்டு வருந்திய காந்தியடிகள் சுதந்திரதினக் கொண்டாட்டங்களில் கலந்துகொள்ளாது அமைதியை உருவாக்க நவகாளிப் பகுதியில் யாத்திரை செய்தார். அப்பொழுது அவர் களத்தில் கையாண்ட ஒரே கருவி – அன்பு. மறப்பதும் மன்னிப்பதும் நமது பாரம்பரியப் பண்புகளாக அறியப்பட்டிருந்தாலும், காந்தியடிகள் அதனை நீட்டித்து தீமை செய்தோரையும் நேசிப்போம் என்றார். பெற்றோர்களை இழந்த இந்துக்குழந்தைகளை, குழந்தைகளை இழந்த இஸ்லாமியப் பெற்றோர்களும் குழந்தைகளை இழந்த இந்துப் பெற்றோர்கள், பெற்றோர்களை இழந்த இஸ்லாமியக் குழந்தைகளையும் தத்தெடுத்து வளர்க்கும்படி அறிவுறுத்தினார் காந்தியடிகள்.

'காந்திஜியின் இறுதி 200 நாட்கள்' நூலின் முன்னுரையில் அதன் ஆசிரியர் வி.ராமமூர்த்தி அவர்கள் காந்தியடிகள் உயிருடன் இருந்தவரையில் நிலைமை மோசமாகும் வேளைகளில் அவர் அதனைச் சரிசெய்துவிடுவார் என்று நம்பியதாகவும் அதுபோன்ற தருணங்களில் அமைதி நீடிக்க வேண்டும் என்று கடவுளிடம் மட்டுமின்றி, மகாத்மாவிடமும் மனதார வேண்டிக்கொண்டதாகவும் எழுதுகிறார். கல்கத்தா காப்பாற்றிக்கொடுத்த காந்தியடிகளின் உயிரை தில்லி காப்பாற்றத் தவறிவிட்டது. அவர் இந்து சமயவெறி பிடித்த கோட்சேயின் குண்டுகளுக்கு இரையான பிறகு மோதல்கள் முற்றி அனைத்து உடைமைகளையும் இழந்து கராச்சியிலிருந்து ராமமூர்த்தி அவர்களது குடும்பம் மதுரை நகர்ந்த கதை நெஞ்சை நெகிழச்செய்கிறது.

இந்நூல் எனக்கு வாசிக்கக்கிடைத்தபோது என் மாணவர் டாக்டர். வெங்கட் கருதுவது போல் கனமான நூலாகவே எனக்கும் பட்டது. காந்தியடிகளின் இறுதி 200 நாட்களில் நிகழ்ந்த சம்பவங்களை ராமமூர்த்தி அவர்கள் திரட்டி அளித்திருக்கிறார். அதனையே வெங்கட் அவர்கள் சுருங்கக்கூறி, காந்தியடிகளின் இறுதி நாள் எண்ணங்கள் குறித்து நம்மை சிந்திக்க வைக்கிறார். வெங்கட் எப்பொழுதெல்லாம் எழுதுகிறாரோ, அப்பொழுதெல்லாம் என் பாராட்டுகளும் அவர் பக்கத்திலிருக்கும். தொடரட்டும் அவரது எழுத்துப்பணி; அதுவரை பின்தொடரும் என் வாழ்த்துக்களும்.

டாக்டர். என். மார்க்கண்டன்

முன்னாள் துணைவேந்தர்

காந்திகிராம கிராமியப் பல்கலைக்கழகம்.

முன்னுரை

இந்திய நாட்டின் விடுதலைக்கான அறப்போரில் கருவாகவும், கருவியாகவும் இருந்தவர் காந்தியடிகள். அரசியல் விடுதலையைத் தொடர்ந்து சமூகம் மற்றும் பொருளாதாரத் தளங்களில் அமைப்பு ரீதியாக அடிமைப்படுத்தப்பட்டிருக்கும் ஏழை, எளிய ஒடுக்கப்பட்ட இனத்தினரை மீட்டெடுக்க அவர் விரும்பினார். அவருக்கான முழு ஆயுளும் வழங்கப்பட்டிருந்தால், அவரது அடுத்த கட்ட அறப்போர் சமூகம் மற்றும் பொருளாதார விடுதலையை மையப்படுத்தியதாக இருந்திருக்கும்.

“தீண்டாமை வாழ்வதைவிட இந்து சமயம் சாவது மேல்” என்று சாடிய அவர், “தனக்கு மறுபிறப்பு என்று ஒன்று இருந்தால், அதில் தீண்டத்தகாதவனாகப் பிறக்க விரும்புகிறேன். அப்போதுதான் அவர்கள் மீதான வன்மங்களையும், அது தரும் வலிகளையும் நான் பங்கிட்டுக் கொள்ள முடியும்” என்று தெரிவித்தார். அரசியல் விடுதலை கிடைத்துவிட்டது. எனது அடுத்தகட்ட நடவடிக்கைகள் தேவைக்கும் அதிகமாக நிலம் வைத்திருப்பவர்களுக்கும் முதல் (பணம்) வைத்திருப்பவர்களுக்கும் எதிரானதாக இருக்கும் என்று அறிவிக்கவும் செய்தார். அரசியல் பங்களிப்பை விட சாதிய ஒதுக்கலுக்கு எதிரான பணி மற்றும் கதர், கிராமத்தொழில் மேம்பாட்டிற்கான பணிகளையே பெருமையாகக் கருதினார். ஆகவே, சாதிய ஒதுக்கல் மற்றும் இல்லாமை இல்லாத சமூகத்தை முழுமையாகக் கட்டியெழுப்புவதில் அவரது முயற்சிகள் இருந்தன.

தனது சிந்தனைகளுக்கு செயல்வடிவம் கொடுப்பதற்காக காங்கிரஸ் கட்சியைக் கலைத்துவிட்டு, அதன் தொண்டர்கள் புதிய தேசம் கட்டமைக்கும் சேவைப் பணியில் இறங்க வேண்டும் எனவும் ஆசைப்பட்டார். அவரது ஆசையில் மண்ணை வாரிப்போட்டதுபோல, நாட்டின் பிரிவினையும், தொடர்ந்து அடுத்தடுத்து நிகழ்ந்த சமய மோதல்களும் அமைந்துவிட்டன. விரும்பிய திசையில் பயணிக்க முடியாமல் அவரது பாதை வேறுபக்கம் திருப்பப்பட்டன. சமய மோதல்களை முடிவுக்குக் கொண்டு வருவதற்காக கல்கத்தா, டில்லி என்று ஓயாது ஓடிக் கொண்டிருந்தார். இந்திய நகரங்கள் இழந்து வந்த அமைதியை மீட்டெடுக்க அவரது சகாக்களும் உடன் உழைத்துக் கொண்டிருந்தனர்.

ஒரு பக்கம், தான் கனவு கண்ட இந்தியாவை கட்டமைப்பது குறித்த சிந்தனைகள், இன்னொரு பக்கம், சமய நல்லிணக்கத்திற்கான களச் செயல்பாடுகள் என்று இரண்டு முனைகளுக்குமான இக்கட்டான புள்ளியில் அவரின் இருப்பு தவிர்க்க முடியாததாகிவிட்டது. தான் போதித்து வந்த அகிம்சைக் கொள்கை தன் கண் முன்னே காற்றில் பறப்பதை எண்ணிக் கலங்கினார். விடுதலைக்காகப் போராடிய காங்கிரஸ்காரர்கள் அதிகாரத்தின் பின்னே நெளிந்து நெளிந்து போய்க் கொண்டிருப்பதை நினைத்து வருந்தினார். மன்னித்தல், மறத்தல், நேயம் நீட்டுதல் போன்ற விழுமியங்கள் எல்லாம் பின்னுக்குத் தள்ளப்பட்டு பகைமையும், பழிவாங்கலும் முன்வந்து நின்று பயமுறுத்திக் கொண்டிருந்தன. இவைகளைக் கண்டு துயருற்ற காந்தியடிகள் ஒரு கட்டத்தில் 'வாழ்ந்தது போதும்' என்ற விரக்தியின் விளிம்பிற்குத் தள்ளப்பட்டிருந்தாலும் மீண்டும் மீண்டும் புத்துணர்வு பெற்று தொண்டாற்றிக் கொண்டிருந்தார்.

வாழ்வின் இறுதித் தருணத்தில் இருக்கும் ஒரு குடும்பத் தலைவரிடம் இயல்பாக இருக்கும் அத்தனை கவலைகளும், கரிசனங்களும் நாட்டின் தலைவர் என்ற வகையில் காந்தியடிகளிடம் குடிகொண்டிருந்தன. எந்தவொரு குடும்பத்தை எடுத்துக்கொண்டாலும் தலைவரின் குரலுக்கு செவி மடுக்காத உறுப்பினர்கள் கூட, இறுதி நேரத்தில் தலைவர் என்ன சொல்ல வருகிறார் என்று கூர்ந்து கவனிப்பார்கள். அப்படி கவனித்த விசயங்களை விரதமாய்ச் செய்து முடிப்பார்கள். அந்த மரியாதையை நாட்டு மக்களாகிய நாமும் நம் தலைவருக்கு அளிக்க விரும்பினால், 'மகாத்மா' என்று விளிப்பதோடு நிறுத்திவிடாது, அவர் இறுதியாய் பேசின, எழுதின கருத்துக்களுக்கு அதிக அர்த்தம் கொடுக்கும் வகையில் அவரது சிந்தனைகளை, எழுதப்படாத உயிலாக ஏற்றுக்கொண்டு செயலாக்கிட வேண்டும்.

வி. ராமமூர்த்தி எழுதி கி. இலக்குவனால் தமிழாக்கம் செய்யப்பட்ட "காந்திஜியின் இறுதி 200 நாட்கள்" நூலின் 896 பக்கங்களையும் வரிவிடாமல் படித்தது, எனக்குக் கிடைத்த பாக்கியங்களுள் ஒன்று. காந்தியடிகள் மீது ஸ்நேகமும் அவரது சிந்தனைகள் மீது ஏற்பும் கொண்ட பலரில், வாசிப்பை வழக்கமாகக் கொண்டிருப்பவர்கள் சிலரே. அந்தச் சிலரில், ஒரு சிலரே இந்நூலை முழுமையாக வாசித்திருக்கக்கூடும் என்பது எனது கணிப்பும் அனுபவமும் கூட. நூலின் கனம் அப்படி. நூதனமான இந்நூல், நூலக அடுக்குகளில் முடங்கிக் கிடப்பதை சகித்துக் கொள்ளாத என் மனம், இதன் சாராம்சத்தையாவது மக்களின் மத்தியில் எடுத்துச் செல்ல வேண்டும் என விரும்பியது. அந்த விருப்பத்தின் விளைவே இச்சிறுநூல். இதனிலிருந்து காந்தியடிகள் கூறிய அறிவுரைகளை, ஆலோசனைகளை

அப்படியே அச்சுப்பிறழாமல் எடுத்து 200 செய்திகளாய் தொகுத்துக் தந்திருக்கிறேன்.

இந்த முன்னுரையை எழுதிக் கொண்டிருந்த வேளையில் மருத்துவம் படித்துக் கொண்டிருக்கும் என் மகள் நிஜனி அவள் அம்மாவிடம், "எப்பப் பார்த்தாலும் அப்பா காந்திஜி 200 நாட்கள் புத்தகத்தையே படிச்சுக்கிட்டிருக்காங்க... ஒங்களுக்கு உதவியா கொஞ்சம் வேலையும் செய்யச் சொல்லுங்கம்மா" என்றாள். அச்சுக்குப்போகும் வேளையில் பேராசியர் செல்லப்பாண்டியன் அவர்களும் இதே கருத்தைச் சொன்னார். அந்த நூலிலிருந்து 200 செய்திகளை சாறாக எடுப்பதற்கு நான் எவ்வளவு நேரம் செலவளித்திருக்கிறேன் என்பதற்குச் சான்றாகவும், சாட்சியாகவும் இச்சொல்லாடல்களை இங்கு பதிவு செய்கிறேன். இந்த உழைப்பிற்குப் பலன் கிட்டுமா? அது கிட்டும். யாதேனும் ஒருவர் யாதேனுமொரு நாளில் யாதேனுமொரு செய்தியால் பயன் அடையும்பொழுது.

– எஸ். வெங்கடாசலம்

1 சனி
சூலை 15, 1947

மற்றவர்களிடம் உள்ள தீய அம்சங்களை மட்டும் காணும் போக்கை அனைவரும் கைவிட வேண்டும்.

2 வெள்ளி
சூலை16, 1947

சுதந்திரத்திற்காகப் போராடும் போது காங்கிரஸ் கட்சி ஒரு தார்மீக சக்தியாக இருந்து வந்துள்ளது. சுதந்திரம் வந்த பிறகு அது வேறுவிதமாக மாறுவதை அனுமதிக்க முடியாது.

3 வெள்ளி
சூலை18,1947

அறநெறி உணர்வுடனும் தூய்மையான நடத்தையுடனும் அரசியல் நடவடிக்கைகள் நிறைவேற்றப்பட்டால் தான் அவை மக்களிடம் நல்ல விளைவுகளை ஏற்படுத்தும்.

4 வெள்ளி
சூலை18, 1947

பாகிஸ்தானில் உள்ள இந்துக்கள் ஈவு இரக்கமின்றி நடத்தப்படுகின்றனர் என்பதை ஒப்புக் கொள்கிறேன். ஆனால் அதற்காக இங்கு பழிவாங்குவது என்பது அதிக அவமானத்தை ஏற்படுத்துகிறது.

5 சனி
சூலை 19, 1947

அரசாங்கப் பணிகளில் நுழைவதும், தலைவர்களாக இருப்பதும் பொதுக் கடமையை ஆற்றுகிறோம் என்ற உன்னத உணர்வுடன் செயல்படுபவர்களுக்கான கடமையாகக் கருதப்பட வேண்டும்.

6

ஞாயிறு
சூலை20, 1947

ஒரு போராளியாக வாழ்நாள் முழுவதும் செயல்பட்டுள்ள நான், எனது முயற்சிகளில் பலமுறை தோற்றதுண்டு. ஆனால் உணர்வுரீதியாக நான் என்றுமே தோற்கடிக்கப்பட்டது கிடையாது.

7

திங்கள்
சூலை 21, 1947

நான் குறைபாடற்றவன் என்று என்றுமே நினைத்ததில்லை. ஆனால் தோல்விகளைக் கண்டு நான் வருந்துவதில்லை. ஏனென்றால் என்னைத் திருத்திக் கொள்வதை நான் விரும்புகிறேன்.

8

செவ்வாய்
சூலை 22, 1947

விடுதலைப் போராட்டத்தின்போது எவையெல்லாம் அகிம்சா வழி என்று நான் நம்பி வந்தேனோ, அவையெல்லாம் தூய்மையான அகிம்சா வழியல்ல.

9

புதன்
சூலை 23, 1947

கட்டுப்பாட்டுடன் செயல்பட முடியாதவர்கள் இறுதியில் உபயோகமற்றவர்களாக மாறிவிடுகிறார்கள்.

10

வியாழன்
சூலை24, 1947

உண்மையை உணர்ந்து கொள்வது என்பதன் பொருள், அனைத்து மனித உயிர்களும் ஒன்றுதான் என்று புரிந்து கொள்வதாகும்.

11

வெள்ளி
ஜூலை 25, 1947

நாம் துணிச்சலுடன் செயல்பட்டுச் சிறுபான்மைப் பிரிவினரிடம் அன்பு காட்டினால், அவர்கள் அதை நம்மிடம் திரும்பச் செலுத்துவார்கள்.

12

சனி
ஜூலை 26, 1947

ஆக்கப் பணிகளும், கிராமங்களுக்குச் செல்வதும் இல்லாத நிலையில், இந்தியாவின் சட்டமன்ற பாராளுமன்ற உறுப்பினர்களுக்கு செய்வதற்கான வேலைகள் எதுவும் இருக்காது.

13

ஞாயிறு
ஜூலை 27, 1947

மக்களுக்கு அநீதி எதுவும் இழைக்கப்படுமானால் மந்திரிகளின் காதைப் பிடித்துத் திருகி அவர்களைப் பதவியிலிருந்து நீக்கலாம் என்பதையும் மக்களுக்குப் புரிய வைக்க வேண்டும்.

14

திங்கள்
ஜூலை 28, 1947

பாகிஸ்தான் தேசக்கொடி எந்த வண்ணத்தில் இருந்தாலும், எத்தகைய முறையில் வடிவமைக்கப்பட்டாலும், அது பாகிஸ்தானில் வாழும் அனைத்து மக்களின் பிரதிநிதியாகவும் இருக்குமானால் அதற்கு நான் வணக்கம் செலுத்துவேன்.

15

செவ்வாய்
ஜூலை 29, 1947

மகாராஜா என்பவர் மக்களின் ஊழியர். அவ்வாறு அவர் இல்லை என்றால் அவர் ராஜாவாக இருக்கமுடியாது. இது எனது உறுதியான நம்பிக்கை. அந்த நம்பிக்கையில்தான் பிரிட்டிஷ்காரர்களுக்கு எதிரான கலகக்காரனாக நான் மாறினேன்.

16

புதன்
சூலை 30, 1947

பொதுப் பணியில் ஈடுபடும் ஒரு மனிதனைத் தேடி பணம் வரும்.

17

புதன்
சூலை 30, 1947

ஒரு குழுவாக இயங்கும்போது ஒருவரால் ஒத்துப் போகமுடியவில்லை என்றால், அந்தக் குழுவிலிருந்து அவர் ஒதுங்கிவிடுவது நல்லது.

18

வியாழன்
சூலை 31, 1947

உண்மையான, ஆழமான அன்பின் மூலம்தான் வெறுப்பையும், மனிதாபிமானமற்ற போக்குகளையும் வென்றெடுக்க முடியும்.

19

ஞாயிறு
ஆகஸ்ட் 3, 1947

எந்த அறப்போராட்டக்காரரையும் எக்காலத்திலும் தோற்கடிக்க முடியாது.

20

செவ்வாய்
ஆகஸ்ட் 5, 1947

விபரமறிந்த, பொறுப்பான மக்களின் குரலையும் சக்தியையும்விட வலுவான வேறு எந்த சக்தியும் அரசியலில் இல்லை.

21

செவ்வாய்
ஆகஸ்ட் 5, 1947

ஒரு தலைவர் எவ்வளவு மகத்தானவராக இருந்தாலும், அந்த ஒரு மனிதரையே சார்ந்து நிற்கும் போக்கிலிருந்து மக்கள் விலகிச் செல்ல வேண்டும்.

22

செவ்வாய்
ஆகஸ்ட் 5, 1947

தங்களுடைய தகுதிக்குப் பொருத்தமற்ற ஒரு ஆசைக்கு மனதில் இடங்கொடுக்கக்கூடாது. தகுதி, தகுதி மட்டுமேயன்றி மதமோ அல்லது வேறு எதுவுமோ எந்தவொரு அரசாங்கப் பதவி வகிப்பதற்கான ஓர் அடிப்படையாக இருக்கக் கூடாது.

23

புதன்
ஆகஸ்ட் 6, 1947

நீங்கள் பயந்து நடுங்கினால், உங்களுக்கு மரணம் நேர்வதற்கு முன்னரே நீங்கள் மரணமடைவீர்கள்.

24

வியாழன்
ஆகஸ்ட் 7, 1947

பாகிஸ்தான் கொடியில் பிறை இடம் பெற்றிருக்கிறது என்ற ஒரே காரணத்திற்காக அதை நிராகரிக்காதீர்கள்.

25

வெள்ளி
ஆகஸ்ட் 8, 1947

தங்களுடைய நோக்கங்களை நிறைவேற்றிக் கொள்வதற்காக கட்சிகள் மாணவர்களைப் பயன்படுத்திக் கொள்வது தவறான செயல்.

26

சனி
ஆகஸ்ட் 9, 1947

அரசாங்கம் துப்பாக்கிகளுக்கான உரிமங்கள் அனைத்தையும் ரத்து செய்துவிட வேண்டுமென்று நான் அரசாங்கத்தைக் கேட்டுக் கொள்வேன்.

27

ஞாயிறு
ஆகஸ்ட் 10, 1947

நான் ஒரு உண்மையான இந்து மட்டுமல்ல; அதே அளவுக்கு உண்மையான முஸ்லிமும்கூட.

28

திங்கள்
ஆகஸ்ட் 11, 1947

நிர்வாகக் கலையை நன்கு அறிந்து வைத்திருக்கும் ஒரு அரசாங்கம் இருக்குமானால், பெரும்பான்மைப் பிரிவினரால் ஒரு கணம் கூட சிறுபான்மைப் பிரிவினரை அச்சுறுத்தவோ அல்லது அவர்களின் நலன்களுக்கு ஊறு விளைவிக்கவோ முடியாது.

29

திங்கள்
ஆகஸ்ட் 11, 1947

மரணம் மிகவும் இனிமையானதொரு உறக்கம். உடல் மீண்டும் எழுந்திருக்க வேண்டியதில்லை. மனிதனை அழுத்தும் நினைவுகள் என்ற பெருஞ்சுமை அதன்மூலம் தூக்கி எறியப்படுகிறது.

30

புதன்
ஆகஸ்ட் 13, 1947

ஒரு அவுன்ஸ் அளவுக்கு நாம் நினைப்பதைச் செயல் மூலம் நிறைவேற்றினால் கிடைக்கும் பலன், டன் கணக்கில் பேசுவதற்கும் எழுதுவதற்கும் சமமானது.

31

புதன்
ஆகஸ்ட் 13, 1947

நான் உண்மையை எவ்வாறு காண்கிறேனோ அவ்வாறே நான் பேசுகிறேன், செயல்படுகிறேன்.

32

சனி
ஆகஸ்ட் 16, 1947

அதிகாரத்திடம் எச்சரிக்கையாக இருங்கள். அதிகாரம் உங்களைக் கெடுத்துவிடும். அதன் ஆடம்பரங்களில் சிக்கிக்கொள்ள உங்களை அனுமதிக்காதீர்கள்.

33 ஞாயிறு
ஆகஸ்ட் 17, 1947

கவர்னர் என்பவர், குடிசை போன்ற வீட்டில் வசிக்க வேண்டும். வெளிநாட்டிலிருந்து இறக்குமதி செய்யப்பட்ட அல்லது உள்நாட்டில் தயாரிக்கப்பட்ட ஆடம்பரமான மேசை நாற்காலிகள் போன்றவை அவருக்காக ஒதுக்கப்படக்கூடாது.

34 திங்கள்
ஆகஸ்ட் 18, 1947

ஒரு தீர்ப்பு என்று வந்துவிட்டால் நல்லதோ கெட்டதோ, அதைத் தீர்ப்பாக ஏற்றுக் கொள்ளப்பட வேண்டும்.

35 செவ்வாய்
ஆகஸ்ட் 19, 1947

இந்துக்களும் முஸ்லீம்களும் ஒருவரையொருவர் இன்றைய தினம் தழுவிக் கொண்டனர். பல ஆண்டுகளுக்குப் பிறகு இப்படிப்பட்ட ஒரு காட்சியை நான் காண்கிறேன் என்பதை ஒப்புக் கொள்ள வேண்டும். இந்த ஒற்றுமை என்றென்றும் நீடிக்க வேண்டும்.

36 புதன்
ஆகஸ்ட் 20, 1947

பெரும்பான்மைப் பிரிவினர் மிகப்பெரிய பொறுப்புணர்வுடனும், பொறுமையுடனும் நடந்து கொண்டால்தான் மோதல்களுக்குத் தீர்வு காணமுடியும்.

37 புதன்
ஆகஸ்ட் 20, 1947

ஏசுவைச் சிலுவையில் அறைந்து விட்டனர். அவர் இறந்துவிட்டார். ரோமானிய கவர்னர் பான்டியஸ் பைலேட் வெற்றி பெற்றுவிட்டார் என்று ஒருவேளை நீங்கள் நினைக்கலாம். ஆனால் உண்மையில் வெற்றி பெற்றது ஏசுதான்.

38

வெள்ளி
ஆகஸ்ட் 22, 1947

இந்திய தேசத்தின் பொருளாதாரம் சமச்சீரற்றதாக ஆக்கப்பட்டதுடன், அதன் கல்விமுறை அதற்கு ஏற்ற வகையில் மாற்றியமைக்கப்பட்டுள்ளது. ஒரு புதிய இந்தியாவை நிர்மாணிக்க விரும்பினால், நம்முடைய ஒட்டுமொத்தக் கண்ணோட்டமே மாறிட வேண்டும்.

39

சனி
ஆகஸ்ட் 23, 1947

புகைப்பிடிக்கும் பழக்கத்தை உடனடியாக விடுவதற்கான மனஉறுதி, நம்மைப் போன்ற ஊழியர்களுக்கு இல்லையென்றால், நம்மால் என்ன சாதித்துவிட முடியும்?

40

சனி
ஆகஸ்ட் 23, 1947

அரசாங்க அதிகாரிகளும், அரசுப் பணிபுரிவோரும், காவல்துறை ஊழியரும் தங்கள் பணியைப் பொறுத்தவரை இந்துக்களோ, முஸ்லிம்களோ, சீக்கியர்களோ அல்ல என்பதைப் புரிந்து கொள்ள வேண்டும்.

41

ஞாயிறு
ஆகஸ்ட் 24, 1947

நான் வாக்குறுதி அளித்தால் அதனைப் பிறர் நம்ப வேண்டும், நான் எதிர்பார்ப்பது போல மற்றவர்களின் வாக்குறுதிகளையும் நான் நம்புவேன். மனிதர்கள் மத்தியில் வாழும்போது இது ஒன்றே கவுரவமான முறை என்று நான் உறுதியாக நம்புகிறேன்.

42

திங்கள்
ஆகஸ்ட் 25, 1947

இந்தியா மற்றும் பாகிஸ்தான் ஆகிய நாடுகள் நண்பர்களாகவும், நல்ல முறையிலும் இயங்க வேண்டுமானால், வகுப்புவாத உணர்வும் அணுகுமுறையும் முழுமையாகக் களையப்பட வேண்டும்.

43

புதன்
ஆகஸ்ட் 27, 1947

தன்னுடைய தவறுகளை ஒப்புக்கொண்டு வெளிப்படையாக மன்னிப்புக் கேட்பது பலவீனமானது அல்ல, மிகச்சிறந்த ஒளிவீசும் வலிமைமிக்க நடவடிக்கை.

44

வெள்ளி
ஆகஸ்ட் 29, 1947

மனிதர்களில் மிகப் பெரியவர்கள் மிகச் சாதாரணமான நிலையில் தங்களை வைத்துக்கொள்வதன்மூலம் மிகச் சிறந்தவர்களாக நீடிக்கிறார்கள்.

45

வெள்ளி
ஆகஸ்ட் 29, 1947

இடைவிடாத மவுனத்தில் ஆழ்ந்திருப்பது என்ற நிலைக்கு உயரும் வரை அல்லது முழுமையான தனிமையில் வாழும்வரை மனிதன் பேச்சு முறையைப் பயன்படுத்த வேண்டும்.

46

வெள்ளி
ஆகஸ்ட் 29, 1947

குருவிகளைப் பார். அடுத்த நொடியில் என்ன செய்யும் என்று அவற்றுக்கே தெரியாது. விநாடி விநாடியாக வாழ்வது என்பதன் நேர்பொருளின் அடிப்படையில் நாமும் வாழ்வோம்.

47

வெள்ளி
ஆகஸ்ட் 29, 1947

மனிதகுலத்தின்மீது நீங்கள் நம்பிக்கை இழக்கக் கூடாது. மனித சமூகம் என்பது ஒரு பெரிய கடல். அதில் சில துளிகள் அழுக்காக இருந்தால், கடலே அழுக்காக இருப்பதாகக் கருதக்கூடாது.

48

சனி
ஆகஸ்ட் 30, 1947

பெரியதோ, சிறியதோ எந்தவொரு சமூகத்துக்கும் அதில் எந்தவொரு தனிப்பட்ட குழுவுக்கும் தனியான சலுகை அளிப்பதோ அல்லது மறுப்பது என்பதோ இருக்கக் கூடாது.

49

ஞாயிறு
ஆகஸ்ட் 31, 1947

அகிம்சை வழி என்றுமே தோற்றுப் போகாது. அது தோற்றுப் போவது போலத் தெரியும்போது, அதற்குக் காரணம் - அதனைக் கடைப் பிடிப்பவரின் திறமையின்மையேயாகும்.

50

செவ்வாய்
செப்டம்பர் 2, 1947

குண்டர்களை உருவாக்குவதே நாம்தான். நம்முடைய அனுதாபமும், மறைமுக ஆதரவும் இல்லாமல் அவர்களால் நீடிக்க முடியாது.

51

புதன்
செப்டம்பர் 3, 1947

ஒரு கருத்தை வலியுறுத்தவும், ஒரு குறிக்கோளை நிறைவேற்றிடவும் தன்னைத்தானே வருத்திக் கொள்ள ஒரு சத்தியாக்கிரகிக்கு உரிமை உண்டு.

52

வியாழன்
செப்டம்பர் 4, 1947

ஒருவர் குறுகிய நோக்கத்துடன் உண்ணா நோன்பை மேற்கொண்டால் அவரது எதிராளிகள் அவரைச் சாகவிடலாம். அது எதிராளிகளின் உரிமைக்குட்பட்ட ஒன்றாக இருப்பது மட்டுமல்ல, அறவழி அடிப்படையிலும் சரியானதாகவும் இருக்கும்.

53

திங்கள்
செப்டம்பர் 8,1947

எளிமை, துணிவு, நேர்மை, உழைப்பு போன்ற பண்புகளை மற்றவர்களிடம் எதிர்பார்ப்பதை விட மிகக் கூடுதலான அளவில் அமைச்சர்களிடமிருந்து மக்கள் எதிர்பார்க்கிறார்கள்.

54

திங்கள்
செப்டம்பர் 8, 1947

மதுபானம் மற்றும் அபின் கலந்த பொருட்களுக்காக செலவிடப்படும் பணம் வீண் செலவு என்பது மட்டுமல்ல; அது சுயக்கட்டுப்பாட்டையும் இழக்கக் காரணமாகிறது. எனவே, எத்தகைய கண்ணோட்டத்தின் அடிப்படையில் பார்த்தாலும், மதுவிலக்கு மிகவும் அத்தியாவசியமானதாகிறது.

55

புதன்
செப்டம்பர் 10, 1947

எனது வாழ்க்கைதான் எனது செய்தி. (சாந்தி சேனாவின் செயலாளர் தேவ் தோஷ் தாஸ் குப்தாவுக்கு வங்காளி மொழியில் எழுதிக் கொடுத்த செய்தி (அமர் ஜிவனி அமர் பானி)

56

புதன்
செப்டம்பர் 10, 1947

சுதந்திரம் என்பதன் பொருள், சட்டத்தின் ஆட்சியைக் கைவிடுவது அல்ல

57

வியாழன்
செப்டம்பர் 11, 1947

பிரிட்டிஷாரின் ஆட்சி முடிவுக்கு வந்ததும் வகுப்பு நல்லிணக்கம் மீண்டும் திரும்புவதைக் காண்பீர்கள்.

58

வியாழன்
செப்டம்பர் 11, 1947

பெரும் விலை கொடுத்து வாங்கிய சுதந்திரம் என்ற தங்கக் கனியை, பொருளற்ற வகுப்புவாத வன்முறை காரணமாக தூக்கி எறிந்து விடக் கூடாது.

59

செவ்வாய்
செப்டம்பர் 16, 1947

பாகிஸ்தானில் நம்முடைய சகோதரர்கள் கொல்லப்படுகிறார்கள். நாம் ஏன் முஸ்லிம்களைக் கொல்லக்கூடாது என்று நீங்கள் இயற்கையாகவே நினைக்கலாம். ஆனால் தீமையைத் தீமையின் மூலம் சந்திக்கக் கூடாது.

60

சனி
செப்டம்பர் 13, 1947

எனக்கு மிகவும் கோபம் வரும்போது அந்த கோபத்தையே விழுங்கிவிடுவேன். அது எனக்குப் பெரும் வலிமையை அளிக்கிறது.

61

சனி
செப்டம்பர் 13, 1947

தீமை செய்பவருக்கு நன்மையைத் திருப்பி அளிக்கும் முறையில்தான் நான் பழிவாங்க முடியும்.

62

சனி
செப்டம்பர் 13, 1947

எனது சிலையை பொது இடம் ஒன்றில் நிறுவுவதற்காக பம்பாயில் 10 லட்சம் செலவு செய்யத் திட்டமிடப்பட்டுள்ளதாக பேச்சு உலவி வருகிறது. பொதுப் பயன்பாட்டுக்காக இந்த 10 லட்சம் ரூபாயை செலவிடுவது புத்திசாலித்தனமானதாக இருக்கும்.

63

செவ்வாய்
செப்டம்பர் 16, 1947

இந்த தேசம் இந்துக்களுக்காக மட்டும் என்று எவராவது நினைத்தால் இந்தியாவினால் வாழ இயலாது.

64

புதன்
செப்டம்பர் 17, 1947

வாழ்க்கைப் பாதையில் சோகங்கள், துன்பங்கள் மற்றும் ஏமாற்றங்களை நிச்சயம் சந்திக்க வேண்டியதிருக்கும். அவற்றை கவுரவமான முறையிலும் தியாக உணர்வுடனும் ஆக்கப்பூர்வமான முறையில் சமாளிக்க வேண்டும்.

65

புதன்
செப்டம்பர் 17, 1947

ஒன்று - என்னை முழுமையாக ஏற்றுக் கொள்ளுங்கள்; அல்லது ஏற்றுக் கொள்ளவே வேண்டாம்.

66

வெள்ளி
செப்டம்பர் 19, 1947

ஒரு மனிதன் ஏதாவதொரு தவறைச் செய்யும்போது அதை உதாரணமாக எடுத்துக் கொண்டு நாமும் தவறுகளைச் செய்யக் கூடாது.

67

வெள்ளி
செப்டம்பர் 19, 1947

கிறிஸ்தவர்கள் அல்லாதவர்களை ஏற்றுக் கொள்ளாத அமைப்பு உண்மையான கிறிஸ்தவ மதமாக இருக்க முடியாது.

68

ஞாயிறு
செப்டம்பர் 21, 1947

மற்றவர்களுக்குத் தொண்டு செய்ய விரும்புபவர்களுக்கு எல்லையற்ற பொறுமை வேண்டும்.

69

செவ்வாய்
செப்டம்பர் 23, 1947

மக்களை வழிநடத்திச் செல்வதாகக் கூறிக் கொள்பவர்கள் மக்களைப் பின்பற்றிச் செல்லும் போக்கை உறுதியாக எதிர்க்க வேண்டும்.

70

செவ்வாய்
செப்டம்பர் 23, 1947

மிகுந்த முக்கியத்துவம் வாய்ந்த விசயங்களில் மக்களின் கருத்து ஏற்புடையதாக இல்லாமலிருக்கும்போது, மக்கள் கருத்துக்கு மாறாகத் தலைவர்கள் துணிச்சலுடன் செயல்பட வேண்டும்.

71

செவ்வாய்
செப்டம்பர் 23, 1947

நமக்கு ஏற்படக்கூடிய மிகவும் மோசமான நிகழ்வு மரணமாகத்தான் இருக்க முடியும். ஆனால் மரணத்தைப் பற்றிக் கவலைப்படக் கூடாது.

72

வெள்ளி
செப்டம்பர் 26, 1947

தனது மனச்சாட்சியின் அடிப்படையில் சரியானது, உண்மையானது என்று தாம் நம்பும் ஒரு கருத்துக்காக தேவைப்பட்டால் தமது உயிரையும் கொடுக்கலாம்.

73

வெள்ளி
செப்டம்பர் 26, 1947

செயலூக்கமுள்ள அகிம்சைவழி அல்லது சத்தியாகிரகம் என்பதன் பொருள், தீமை செய்பவனிடம் எதிர்ப்பின்றிச் சரணடைவதல்ல. அதன் பொருள், கொடுங்கோலனின் எண்ணத்திற்கும் வலிமைக்கும் எதிராக தனது முழு ஆன்மாவையும் நிறுத்திவைப்பது.

73

வெள்ளி
செப்டம்பர் 26, 1947

எனது வரம்புகளை நான் முழுமையாக உணர்ந்து வைத்துள்ளேன்.

75

வெள்ளி
செப்டம்பர் 26, 1947

“செய் அல்லது செத்துமடி. ஆனால் எந்த நிலையிலும் கொலை செய்யாதே“.

76

திங்கள்
செப்டம்பர் 29, 1947

உண்மையில், தேவைப்படுவதற்கு மேலாக ஒரு சொல்லைக் கூடப் பயன்படுத்தக்கூடாது. நாம் சொல்லும் நகைச்சுவைத் துணுக்குகள் கூட படிப்பினைகளை உள்ளடக்கியதாக இருக்க வேண்டும்.

77

திங்கள்
செப்டம்பர் 29, 1947

உங்களுடன் உடன்படாத பெரும்பான்மை மக்களின் உணர்வை நீங்கள் அலட்சியப்படுத்தக் கூடாது.

78

செவ்வாய்
செப்டம்பர் 30, 1947

நாம் பாகிஸ்தானை அழிக்க முனைந்தால், உடைந்து போன கப்பலைப் போல இரண்டு நாடுகளுமே மூழ்கிப் போகும்.

79

புதன்
அக்டோபர் 1, 1947

இயற்கையின் சட்டங்களை மீறுவதனால் தான் அனைத்து நோய்களும் உண்டாகின்றன.

80

புதன்
அக்டோபர் 1, 1947

மதம் இருக்க வேண்டிய இடம் நம்பிக்கையாளர்களின் இதயங்களே தவிர, வெளிப்படையான தோற்றங்களில் அல்ல.

81

வியாழன்
அக்டோபர் 2, 1947

நாம் நமது மிருகத்தனத்தைக் கைவிட வேண்டும். எனது பிறந்த நாளை உண்மையில் நீங்கள் கொண்டாட விரும்பினால், இத்தகைய பைத்தியக்காரத்தனம் எவரையும் பிடிக்காதபடி செய்வது உங்கள் கடமை.

82

வெள்ளி
அக்டோபர் 3, 1947

மதுபானத்தை விற்பதால் வரி வருவாய் கிடைக்கும் என்ற ஆசைக்கு சுதந்திர இந்தியாவின் அரசாங்கம் பலியாகிவிடக் கூடாது.

83

புதன்
அக்டோபர் 8, 1947

ஒருவர் காட்டுமிராண்டித்தனமாக நடக்க முயலும் போது, மற்றவர்கள் அதனைத் தடுத்து நிறுத்த வேண்டும்.

84

புதன்
அக்டோபர் 8, 1947

வலிமையுள்ளவர்கள் தங்கள் பலத்தைத் தவறாகப் பயன்படுத்தி பலவீனமானவர்களைத் துன்புறுத்தும் போது, அகிம்சை வழியைப் பின்பற்றுவதாகக் கூறி சும்மா இருப்பது சரி அல்ல. அது அகிம்சா வழி அல்ல.

85

வெள்ளி
அக்டோபர் 10, 1947

மக்கள்தான் அரசாங்கத்தின் கண்கள் மற்றும் காதுகளாகவும், கைகள் மற்றும் கால்களாகவும் இருக்க வேண்டும். மக்கள் ஒத்துழைக்காவிட்டால் எந்த அரசாங்கத்தாலும் எதையும் செய்ய முடியாது.

86

வெள்ளி
அக்டோபர் 10, 1947

அரசாங்கத்தின் அதிகாரமும், சக்தியும் நல்லதாக இருந்தாலும், தீயதாக இருந்தாலும் மக்கள் இயங்க அனுமதித்தால்தான் அவை இயங்க முடியும்.

87

சனி
அக்டோபர் 11, 1947

குடிப்பழக்கம், சூதாட்டம் போன்ற தீமைகளை அகற்றிவிட்டால் இந்திய மக்கள் (ஏன் உலகிலுள்ள வேறு நாட்டு மக்களும் கூட) வலிமைமிக்க சக்தியாக ஏன் வளர முடியாது?

88

ஞாயிறு
அக்டோபர் 12, 1947

நாம் சோம்பேறிகளாகவோ, பிறர் தானமாகக் கொடுக்கும் பொருள்களில் வாழ்பவர்களாகவோ இருக்கக் கூடாது.

89

திங்கள்
அக்டோபர் 13, 1947

குருட்டுத்தனமான பழிவாங்கும் உணர்வுக்கு இரையாகாதீர்கள். திருப்பித் தாக்குதல் என்ற பெயரால் முட்டாள்தனமான வன்முறைக் கும்பலாக மாறாதீர்கள்.

90

திங்கள்
அக்டோபர் 13, 1947

விழாக்கால மகிழ்ச்சியை, முன்யோசனையற்ற பேச்சினாலோ செயலின் மூலமோ கெடுத்துவிட வேண்டாம்.

91

செவ்வாய்
அக்டோபர் 14, 1947

மிகவும் எதிர்மறையான சூழ்நிலைகளில்தான் ஒரு மனிதனின் தகுதி சோதிக்கப்படுகிறது.

92

செவ்வாய்
அக்டோபர் 14, 1947

எல்லாம் நல்லபடியாக நடக்கும்போது நண்பர்கள் பலர் நம்முடன் இருப்பார்கள். அவர்களால் யாதொரு பயனும் இல்லை. கஷ்டப்படும்போது கூட இருப்பவன்தான் உண்மையான நண்பன்.

93

செவ்வாய்
அக்டோபர் 14, 1947

ஆத்திரமூட்டினாலும் அமைதியாக இருப்பேன்; குற்ற உணர்வு இன்றி இருப்பேன்; நல்லது செய்வதில்தான் போட்டி போடுவேன் என்று சமூகப் பிரிவினர் தீர்மானித்துக் கொள்வார்களானால், எல்லாமே நமக்கு நல்லபடியாக நடக்கும்.

94

செவ்வாய்
அக்டோபர் 14, 1947

அமைதிக்காக அகிம்சை வழியில் செயல்படுவது; அல்லது அதற்காகச் சாவது - இதனைத் தவிர மூன்றாவது மாற்று வழி எதுவும் இல்லை.

95

வியாழன்
அக்டோபர் 16, 1947

லஞ்சம் வாங்குபவர்களைப் பற்றி மக்களும் பத்திரிகைகளும் விழிப்புணர்வுடன் செயல்பட்டு அம்பலப்படுத்த வேண்டும். அவர்களுக்கு தண்டனை வாங்கித் தர தேவையான முயற்சிகளை எடுக்க வேண்டும்.

96

திங்கள்
அக்டோபர் 20, 1947

என்னை வணங்கிப் போற்றிவிட்டு, அதே நேரம் நான் சொல்வதை மதிக்காதவர்களைவிட, என்னைக் குறை கூறுபவர்களை ஆயிரம் மடங்கு அதிகமாக விரும்புகிறேன்.

97

செவ்வாய்
அக்டோபர் 21, 1947

தன்னைத் தாக்கிக் கொல்பவனையும் நேச உணர்வுடன் எதிர் கொண்டால் தாக்குபவனுக்கு ஒரு மனமாற்றம் கட்டாயம் ஏற்படும்.

98

புதன்
அக்டோபர் 22, 1947

ஒரு அறப்போராளி மலை போல நிலைகுலையாமல் இருப்பான் எனில், அவன் தனது பாதையே உண்மையான பாதை என்பதை நிரூபிப்பான்.

99

புதன்
அக்டோபர் 22, 1947

நாம் மகிழ்ச்சியாக இருக்க வேண்டுமென்றால், நம்மில் ஒவ்வொருவரும் மகிழ்ச்சியுடன் இருக்க வேண்டுமென்றால் அகிம்சை வழியைத் தவிர வேறு பாதை எதுவுமில்லை.

100

புதன்
அக்டோபர் 22, 1947

ஒருவர் தாம் தவறு செய்துவிட்டோம் என்பதைப் புரிந்து கொண்டவுடன் ஒரு நிமிடம் கூட காத்திருக்காமல் அந்தத் தவறைச் சரிசெய்யும் முயற்சியில் ஈடுபடுவாரானால் அவரது வலிமை பெரிய அளவுக்கு அதிகரிக்கும்.

101

வெள்ளி
அக்டோபர் 24, 1947

நான் வெற்றி பெறுவேன். அல்லது அந்த முயற்சியில் ஈடுபடும்போதே நான் அழிந்து போவேன்.

102

வெள்ளி
அக்டோபர் 24, 1947

அகிம்சை வழி என்ற பெயரில் மக்கள் வெளிப்படையாக அமைதியாக இருப்பதைத் தான் அதாவது கையாலாகாதவர்களாக இருப்பதைத்தான் கடைப்பிடித்து வந்துள்ளனர். தங்களுடைய மனங்களிலிருந்து வன்முறையை விரட்டியடிப்பதற்குக்கூட முயற்சிக்க வில்லை.

103

சனி
அக்டோபர் 25, 1947

சுதந்திரம் வந்தபோது வகுப்புவாத வெறுப்பு என்ற நஞ்சும் அதனுடன் சேர்ந்து வந்துவிட்டது. இந்தத் தீமைக்கு முற்றுப்புள்ளி வைக்க நான் விரும்புகிறேன்.

104 

ஞாயிறு
அக்டோபர் 26, 1947

மதுபானப் பழக்கத்தை விடமுடியாதவர்களுக்கு சிகிச்சை அளிப்பதைப் போல, கைதிகளையும் சீர்திருத்துவதற்காக மருத்துவர்கள் சிகிச்சை அளிக்க வேண்டும். சிறை அதிகாரிகள் இந்த முறையில்தான் நடக்க வேண்டும் என்று அரசாங்கம் அவர்களுக்கு அறிவுறுத்த வேண்டும்.

105 

திங்கள்
105 அக்டோபர் 27, 1947

முஸ்லிம் காலம் என்ற ஒன்றையே வரலாற்றிலிருந்து விலக்கிவிடுவதாக வைத்துக் கொள்வோம். அலிகார் முஸ்லிம் பல்கலைக்கழகம், ஆக்ராவில் உள்ள தாஜ்மகால் போன்றவற்றையும் மறந்துவிட வேண்டும்.

106 

செவ்வாய்
அக்டோபர் 28, 1947

எத்தகைய சூழ்நிலைகளில் ஒருவர் இறந்திருந்தாலும் அதற்காக வருந்துவதனால் எந்தப் பயனும் இல்லை.

107 

வெள்ளி
அக்டோபர் 31, 1947

பயணச்சீட்டு இன்றி பயணம் செய்வதென்பது மக்கள் தங்களுக்கு எதிராகத் தாங்களே தொடுத்துக் கொள்ளும் கொடிய தாக்குதலாகும்.

108 

ஞாயிறு
நவம்பர் 2, 1947

குரான் உள்ளிட்ட துதிப்பாடல்களுடன் கூடிய பிரார்த்தனைக் கூட்டங்களை நான் கைவிடப் போவதில்லை. அதற்காக எனது உயிரை விட வேண்டும் என்றாலும் பரவாயில்லை.

109

ஞாயிறு
நவம்பர் 2, 1947

நிகழ்காலத்தை அலட்சியப்படுத்துவதோ, அதன் முக்கியத்துவத்தைப் புரிந்து கொள்ளாமல் இருப்பதோ அல்லது குறைத்து மதிப்பிடுவதோ எத்தகைய பயனையும் அளிக்காது.

110

ஞாயிறு
நவம்பர் 2, 1947

என்னை முஸ்லிம்களின் எதிரியாகச் சித்தரிப்பது வழக்கமாக இருந்தது. இப்போது முஸ்லிம்களைப் போலவே இந்துக்களும் மோசமான முறையில் நடப்பதை நான் கண்டித்து வருவதால் என்னை இப்போது இந்துக்களின் எதிரி என்று சிலர் கூறத் தொடங்கிவிட்டனர். ஆனால் நான் உண்மையில் தவறான நடவடிக்கைகளின் எதிரி.

111

திங்கள்
நவம்பர் 3, 1947

மகிழ்ச்சியையும், வேதனையையும் சமமான முறையில் உள்வாங்கிக் கொள்வதற்குக் கற்றுக் கொள்ள வேண்டும்.

112

திங்கள்
நவம்பர் 3, 1947

நமது அமைச்சர்கள் மக்களுக்கானவர்கள். மக்களிடமிருந்து வந்தவர்கள்; அமைச்சர் பதவிகளில் அமர்ந்திருக்காத பல அனுபவசாலிகளைவிட தங்களுக்கு எல்லாம் தெரியும் என்று திமிருடன் அவர்கள் நடந்து கொள்ளக்கூடாது.

113

செவ்வாய்
நவம்பர் 4, 1947

பெண்களுக்கு சுதந்திரம் என்பதே கிடையாது என்று மநு கூறுவதாகச் சொல்லப்படும் கருத்துக்கள் புனிதமானவை அல்ல.

114

செவ்வாய்
நவம்பர் 4, 1947

ஆண்கள் உண்மையான ஆண்களாக இருக்க வேண்டுமென்றால், அவர்கள் தங்களின் பெண்களை நம்ப வேண்டும்.

115

புதன்
நவம்பர் 5, 1947

நான் முஸ்லிம்களின் நண்பர் என்பதை ஒப்புக் கொள்கிறேன். ஆனால் அதே அளவுக்கு இந்துக்களுக்கும் சீக்கியர்களுக்கும் நண்பர் என்பதால்தான் அவ்வாறு கூறுகிறேன்.

116

புதன்
நவம்பர் 5, 1947

இந்த உலகத்தில் வாழ்ந்து கொண்டே சிந்தனை, சொல் மற்றும் செயலில் ஒருவன் சுயகட்டுப் பாட்டுடன் இருப்பானானால், அவனே உண்மையான துறவியாவான்.

117

சனி
நவம்பர் 8, 1947

நமது வீடு தூய்மையாக இல்லாதபோது அண்டை வீட்டுக்காரனைப் பார்த்து உனது வீட்டைத் தூய்மையாக வைத்துக் கொள் என்று அறிவுரை கூறும் உரிமை நமக்கு நிச்சயம் கிடையாது.

118

சனி
நவம்பர் 8, 1947

சோம்பேறித்தனமான முறையில் சும்மா இருந்து வேலை எதுவும் செய்யாமலிருப்பவர்கள் பிரச்சனைகளைத் தொடர்ந்து உருவாக்குபவர்களாக இருப்பார்கள்.

119

திங்கள்
நவம்பர் 10, 1947

மற்றவர்களை மகிழ்விப்பதற்காகவும், மற்றவர்களுக்கு நாம் நன்றாக இருப்பது போலத் தோன்றுவதற்காகவும் தெரிந்தோ தெரியாமலோ செயற்கையான சாதனங்களைப் பயன்படுத்துகிறோம். அதனால் நாம் துன்பமடைகிறோம்.

120

செவ்வாய்
நவம்பர் 11, 1947

ஒவ்வொரு தகுதி வாய்ந்த முயற்சியும் அதற்கான ஆசியை அதற்குள்ளேயே கொண்டிருக்கிறது.

121

வியாழன்
நவம்பர் 13, 1947

நமக்குள் இருக்கும் அன்பு என்னும் விளக்கை நாம் தூண்டிவிட வேண்டும்.

122

வியாழன்
நவம்பர் 13, 1947

உலகம் என்ன சொல்லும் என்று கவலைப்பட்டுக் கொண்டு பலவற்றை நாம் செய்கிறோம். சரியானது எது என்று நீங்கள் மனப்பூர்வமான முறையில் கருதுவதை மட்டும் செய்யுங்கள். அப்போது உலகமும் நீங்கள் கூறுவதைச் சரி என்று கருதும்.

123

சனி
நவம்பர் 15, 1947

வெறும் கருத்து வேறுபாடுகள் மட்டும் இருப்பதைத் தவறு என்று யாரும் கூற முடியாது. ஆனால் அதன் காரணமாகத் தனிப்பட்ட உறவுகள் முறியுமானால், அது மிகவும் மோசமானது.

124

ஞாயிறு
நவம்பர் 16, 1947

இந்தியா என்பது இந்துக்களின் தாயகம் என்பதைப் போலவே, அது முஸ்லிம்களின் தாயகமும் ஆகும்.

125

ஞாயிறு
நவம்பர் 16, 1947

அடித்தால் திருப்பி அடிப்போம் என்ற நோக்கத்துடன் நாம் செயல்படக் கூடாது. ஆத்திரமூட்டல்களை எதிர்கொள்ளும்போது அமைதியாக, மவுனமாக, உறுதியாகச் செயல்படும் முறையைக் கடைப்பிடிக்க வேண்டும்.

126

திங்கள்
நவம்பர் 17, 1947

ஓர் உண்மையான, வெற்றிகரமான மனிதன், தான் செய்யும் மோசமான தவறுகளையும் தனது தோல்விகளையும் ஒப்புக் கொள்வதற்கு வெட்கப்படக் கூடாது.

127

திங்கள்
நவம்பர் 17, 1947

தனது தவறுகளைக் காண்பதற்குக் கூட முயற்சிக்காத ஒரு நல்ல மனிதனை விட தவறுகளை ஒப்புக்கொள்ளும் கெட்ட மனிதனை நான் அதிகமாக விரும்புவேன்.

128

செவ்வாய்
நவம்பர் 18, 1947

சொல்லும் செயலும் ஒரே மாதிரியாக இருக்க வேண்டும் என்பது, அறவழிப் போரின் ஒரு கோட்பாடாகும்.

129

சனி
நவம்பர் 22, 1947

இந்திய அரசாங்கமும் மக்களும் நல்ல முறையில் நடந்து கொண்டால், பாகிஸ்தானும் நல்ல முறையில் செயல்படும்.

130

திங்கள்
நவம்பர் 24, 1947

அனைத்து உரிமைகளும் கடமைகளிலிருந்து தான் தோன்றுகின்றன. கடமை எதுவும் இல்லை என்றால் உரிமை என்பதும் கூட இல்லை.

131

செவ்வாய்
நவம்பர் 25, 1947

வாழ்வை நேசிப்பதைப் போலவே மரணத்தையும் நேசிக்கக் கற்றுக் கொள்ள வேண்டும். இவ்வாறு நடப்பது கடினமான செயல்தான். ஆனால் தகுதிமிக்க ஒவ்வொரு செயலும் கடினமானதே.

132

புதன்
நவம்பர் 26, 1947

சிலரை தீண்டத்தகாதவர்களாகவும் அடிமையாகவும் நடத்தியதன்மூலம், நாம் தருமத்துக்கு எதிராக இதுவரை செயல்பட்டு வந்துள்ளோம்.

133

புதன்
நவம்பர் 26, 1947

உலகத்தின் எந்தவொரு இடத்திலும் எந்தவொரு அமைப்பிலும் அனைத்து உறுப்பினர்களும் தலைவர்களாக இருக்க முடியாது. எல்லோரும் தலைவர்களாக இருந்தால் உண்மையில் எவருமே தலைவராக இருக்க முடியாது.

134 புதன்
நவம்பர் 26, 1947

காங்கிரஸ் கட்சியைச் சேர்ந்த சகோதர, சகோதரிகள் காங்கிரஸ் கட்சியில் சேர்ந்ததும் சிறைகளுக்குச் சென்றதும் எனக்குக் காட்டிய சலுகை என்பதுபோல நடந்து கொள்கின்றனர்.

135 வியாழன்
நவம்பர் 27, 1947

தற்புகழ்ச்சியில் ஈடுபடும் எந்தவொரு அரசாங்கமும் நீடித்து இருக்க முடியாது.

136 வியாழன்
நவம்பர் 27, 1947

உண்மை மற்றும் அகிம்சை என்ற தராசில் இட்டு எல்லாவற்றையும் நிறுத்துப் பார்க்கவும். அது என்ன தீர்ப்பளிக்கிறதோ அதனையே கடைப்பிடியுங்கள்.

137 வெள்ளி
நவம்பர் 28, 1947

மதத்திற்கும் தேசிய உணர்வுக்கும் உரிய சரியான இடங்கள் உண்டு. ஆனால் அவை இரண்டுமே தங்கள் வரம்புகளை மீறிச் செயல்படுவதை அனுமதிக்கக் கூடாது.

138 சனி
நவம்பர் 29, 1947

முஸ்லிம்கள் உள்ளிட்ட பல்வேறு நம்பிக்கைகளைச் சார்ந்தவர்களும் நமது நண்பர்களாக ஆகும்போதுதான், அது நம்முடைய வீரத்திற்கான சான்றாகக் கருதப்படும்.

139 செவ்வாய்
டிசம்பர் 2, 1947

நாம் வழிதவறிச் செல்கிறோம் என்பதை இந்து மகாசபாவுக்கும் ராஷ்டிரிய சுயம் சேவக் சங்குக்கும் மிகவும் மரியாதையுடன் தெரிவித்துக் கொள்ள விரும்புகிறேன். இவ்வளவு உயரத்துக்கு எழுந்த இந்தியாவை இப்போது புழுதியில் தள்ளப்போகிறோமா?

140

புதன்
டிசம்பர் 3, 1947

நாம் நாட்டு விடுதலையை எளிதாகப் பெற்றிருக்கலாம். அதைப் பாதுகாப்பதும் பயனுள்ளதாக மாற்றுவதும் கடினமானதாக மாறியுள்ளன.

141

வியாழன்
டிசம்பர் 4, 1947

ராணுவத்தினரின் கட்டுப்பாடு குறித்தும், சுகாதாரம் மற்றும் உடல்நலம் பேணும் முறைக்கு அவர்கள் அளிக்கும் முக்கியத்துவத்தையும் நான் எப்போதும் வியந்து போற்றுகிறேன். இந்த விசயங்களில் அனைவரும் ராணுவத்தினரைப் பின்பற்ற வேண்டும்.

142

வியாழன்
டிசம்பர் 4, 1947

இந்தியாவுக்கென்று ஒரு படை இருக்கிறது. அது கைத்துப்பாக்கிகளையும், சுழல் துப்பாக்கிகளையும் கையாளக்கூடாது. ஆக்கப் பணிகளுக்கான ஆயுதங்களையே கையாள வேண்டும்.

143

சனி
டிசம்பர் 6, 1947

ஆத்திரமும் பழிவாங்கும் நடவடிக்கையும் மனிதப் பண்புகளல்ல. தீமைக்கு எதிராக நன்மையே புரிய வேண்டும்.

144

சனி
டிசம்பர் 6, 1947

தீய செயல்கள் எவையேனும் நடந்தால் அவற்றைப் பாதியாகவோ, கால்வாசியாகவோ குறைத்துக் கூறுங்கள்.

145

ஞாயிறு
டிசம்பர் 7, 1947

நாம் ஒரு தவறு செய்துவிட்டால் அதனை சரி செய்ய வேண்டும். தவறையே மீண்டும் மீண்டும் செய்யக் கூடாது.

146

ஞாயிறு
டிசம்பர் 7, 1947

அறவழியில் நாம் நடந்தால் அதுவே போதுமானது. அதனை உலகம் முழுவதற்கும் தம்பட்டமடித்துத் தெரிவிக்க வேண்டியதில்லை.

147

செவ்வாய்
டிசம்பர் 9, 1947

மக்கள் தாங்களாக செயல்படாதபடி அவர்களுக்கு எப்போதும் உதவிகளை அளித்துக் கொண்டிருக்கும் ஒரு அரசாங்கம் நல்ல அரசாங்கமாக இருக்க முடியாது.

148

புதன்
டிசம்பர் 10, 1947

கிராமப்புறங்களுக்குப் பணிபுரியச் செல்லும் பெண்கள், நகர வாழ்க்கையுடன் தொடர்புடைய விசயங்களை அங்கேயே விட்டுவிட்டுச் செல்ல வேண்டும்.

149

வியாழன்
டிசம்பர் 11, 1947

நமது ஆன்மிக ஆசான்களுக்கு எத்தகைய மதிப்பை அளிப்போமோ, அதே போன்று ஆசிரியர்களுக்கும் மதிப்பளித்தால்தான் அவர்களால் உண்மையான ஞானத்தை மாணவர்களுக்கு கற்றுத் தர முடியும்.

150

வியாழன்
டிசம்பர் 11, 1947

ஏழைகளின் நலன் காப்பதற்காக தேவையான அனைத்தையும் செய்வதாக அரசாங்கம் கூறக்கூடும். பிரிட்டிஷ்காரர்களும் அவ்வாறுதான் கூறி வந்தார்கள். ஆனால் ஏழைகளின் நலன்கள் பாதுகாக்கப்படவில்லை என்பதுதான் உண்மை.

151

வெள்ளி
டிசம்பர் 12, 1947

ஏழைகளுக்கு உதவ வேண்டும் என்று பேசுவது எளிதானது. இதனை உண்மையில் நிறைவேற்ற வேண்டுமானால், நமது அமைச்சர்கள் கிராமப்புறங்களுக்குச் சென்று அங்கே வாழ்ந்து பார்க்க வேண்டும்.

152

சனி
டிசம்பர் 13, 1947

ரவுடியிசத்தில் இறங்குவதன் மூலம் நாம் விரும்பியது அத்தனையையும் பெற்றுவிடலாம் என எண்ண ஆரம்பித்துவிட்டோம். இது ஒரு மிகவும் அபாயகரமான போக்கு.

153

ஞாயிறு
டிசம்பர் 14, 1947

கூற வேண்டிய தருணத்தில் உண்மையைக் கூற வேண்டும். அது கசப்பானதாக இருந்தாலும் பரவாயில்லை. ஆனால் பொருத்தமற்ற நேரத்தில் கூறப்படுமானால், அது உண்மையாக இருக்காது.

154

ஞாயிறு
டிசம்பர் 14, 1947

இந்தியாவில் உள்ள சில இந்துக்களின் தீய செயல்களை வீடுகளின் உச்சியில் ஏறி நின்று உரக்கக் கூற வேண்டும். இதை இந்துக்களே செய்ய வேண்டும். அப்போதுதான் பாகிஸ்தானில் உள்ள முஸ்லிம்களின் தவறான நடத்தைக்கு ஒரு முற்றுப்புள்ளி வைக்க முடியும்.

155

திங்கள்
டிசம்பர் 15, 1947

உண்மை மற்றும் அகிம்சையை அடிப்படையாகக் கொள்ளாத கல்வி எதுவும் கல்வி என்பதன் உண்மைப் பொருளுக்குப் பொருந்தாது.

156

புதன்
டிசம்பர் 17, 1947

நமது மாணவர்கள் ஏராளமாகப் படிக்கிறார்கள். ஏராளமான பணத்தை அதற்காக செலவிடுகின்றனர். ஆனால் தற்சார்பு முறையை அவர்கள் கற்றுக் கொள்ளாததால் அவர்கள் கவலைகளிலிருந்து விடுபடுவதில்லை.

157

வியாழன்
டிசம்பர் 18, 1947

நாம் நினைப்பது மட்டுமே சரி என்று நினைத்து மற்றவர்களை அடக்கி ஆண்டால் நம்மை நாமே ஏமாற்றிக் கொண்டு அழிந்து போவோம்.

158

வியாழன்
டிசம்பர் 18, 1947

இந்து மதத்தைப் பாதுகாப்பதற்காக இந்தியாவிலுள்ள முஸ்லிம்களை விரோதிகளாக எவரும் நடத்தக் கூடாது.

159

வியாழன்
டிசம்பர் 18, 1947

முஸ்லிம்களை மட்டும் சகித்துக் கொள்வோம் என்ற நிலையை முஸ்லிம்கள் எடுத்தால் இஸ்லாமிய மதம் அழிந்து போகும். கிறிஸ்தவ மதத்துக்கும் கிறிஸ்தவர்களுக்கும் கூட இது பொருந்தும்.

160

வியாழன்
டிசம்பர் 18, 1947

உலகில் உள்ள அனைத்து மதங்களுமே நல்லவை. ஏனெனில் அவை நேர்மையையும் நட்புறவையுமே போதிக்கின்றன. மனிதர்களுக்கிடையே வெறுப்பைப் போதிப்பவர்கள் மத உணர்வு படைத்தவர்களே அல்ல.

161

சனி
டிசம்பர் 20, 1947

முஸ்லிம்கள் இந்தியாவை விட்டுப் போய்விட வேண்டும் என்பது நமது எண்ணம் என்றால் அதனை இந்து மதம் மற்றும் சீக்கிய மதத்தின் அழிவாக நான் பார்க்கிறேன்.

162

செவ்வாய்
டிசம்பர் 23, 1947

நம்மை முன்னேற்றுவதற்கு எவராவது விரும்பி நமது தவறுகளைக் கண்டித்தால், நாம் அதனைக் கண்டு மகிழ்ச்சி அடைய வேண்டுமே தவிர எரிச்சலடையக் கூடாது.

163

புதன்
டிசம்பர் 24, 1947

நான் எப்போதும் சிறுபான்மைப் பிரிவினரின் பக்கத்திலேயே இருக்க விரும்புகிறேன். ஏனென்றால் சிறுபான்மைப் பிரிவினர் பொதுவாகத் தவறிழைப்பதில்லை. அப்படியே தவறு செய்தாலும் அதனை சரிசெய்துவிட முடியும்.

164

வியாழன்
டிசம்பர் 25, 1947

நமது மனங்களில் வன்முறை உணர்வை வைத்துக்கொண்டு நாம் வென்றெடுத்த விடுதலை உண்மையில் ஊனமான விடுதலைதான். அது முழுமையானதல்ல.

165

வெள்ளி
டிசம்பர் 26, 1947

பிறரை அழிக்க முயலும்போது நிச்சயமாக நம்மை நாமே அழித்துக் கொள்கிறோம். இதுதான் வாழ்க்கையின் நியதி.

166

ஞாயிறு
டிசம்பர் 28, 1947

மக்கள் ஒருவிதமாக சிந்திக்கின்றனர். மற்றொரு விதமாகப் பேசுகின்றனர். வேறு ஒரு விதமாக செயல்படுகின்றனர்.

167

ஞாயிறு
டிசம்பர் 28, 1947

தனது உழைப்புக்கு ஆதாயமாக ஒரு தொழிலாளி பெறும் பயனை விட, ஒரு வர்த்தகர் ஏன் கூடுதலாக ஆதாயம் பெற வேண்டும்?

168

செவ்வாய்
டிசம்பர் 30, 1947

உண்மையான தொண்டின் மூலம்தான் அதிகாரம் கிடைக்கும். ஆனால் பல நேரங்களில் அதிகாரமே ஒருவனுக்கு வீழ்ச்சியை ஏற்படுத்திவிடும்.

169

செவ்வாய்
டிசம்பர் 30, 1947

நம்முடைய மதம்தான் உண்மையானது. மற்ற மதங்களெல்லாம் பொய்யானவை என்ற கருத்து சிறுவயது முதலே குழந்தைகளின் மனதில் பதிய வைக்கப்படுகிறது.

170

புதன்
டிசம்பர் 31, 1947

மிகக் குறைவான கட்டுப்பாடுகளுடன் மிகப்பெரிய நன்மையினை செய்யக் கூடிய அரசாங்கம் தான் ஒரு நல்ல அரசாங்கத்துக்கான இலக்கணமாக இருக்க முடியும்

171

வியாழன்
ஜனவரி 1, 1948

பலவீனமான மனிதர்களின் செயலற்ற எதிர்ப்பை அகிம்சை என்று நான் தவறாக நினைத்துவிட்டேன். அதனைத் தவறியும் கூட அகிம்சை என்று அழைக்க முடியாது.

172

வெள்ளி
ஜனவரி 2, 1948

பெண்களுக்கு மரியாதை அளிக்காத எந்தவொரு நாடும் உண்மையான நாகரிக நாடாக இருக்காது.

173

வெள்ளி
ஜனவரி 2, 1948

அரசாங்கம் அனைத்து மதுபானக் கடைகளையும் மூடிவிட்டு, அந்த இடங்களில் உணவகங்களைத் திறக்க வேண்டும்.

174

ஞாயிறு
ஜனவரி 4, 1948

அமைதியான மனிதன் மண் குடிசையில்கூட மகிழ்ச்சியுடன் வாழமுடியும். நாளைய தினத்தைப் பற்றிக் கவலைப்படாமல் வாழமுடியும்.

175

திங்கள்
ஜனவரி 5, 1948

மனம் மகிழ்ச்சியுடன் இருந்தால் உடல்நலம் பாதிக்கப்படக் கூடிய அபாயம் என்பது இருக்காது.

176

புதன்
ஜனவரி 7, 1948

பள்ளி மற்றும் கல்லூரி நிர்வாகக் குழுக்கள் தவறான நிலையையும், மாணவர்கள் சரியான நிலையையும் எடுக்கும் சூழலில் நிர்வாகக் குழுக்கள் நிச்சயம் வெற்றிபெற முடியாது.

177 வெள்ளி
ஜனவரி 9, 1948

மதுபானப் பழக்கம் உள்ளவர்கள் அவர்களாகவே இப்பழக்கத்தை விட்டு விடுவார்கள் என்று எதிர்பார்க்க முடியாது. எனவே சட்டத்தின் மூலம் தான் இப்பழக்கத்தை அவர்கள் கைவிடுமாறு செய்ய வேண்டும்.

178 வெள்ளி
ஜனவரி 9, 1948

மதுவிலக்குச் சட்டம் அனைவருக்கும் பொருந்த வேண்டும். பணக்காரர்களுக்கு சாதகமான எத்தகைய விதிவிலக்கையும் அது அளிக்கக்கூடாது.

179 சனி
ஜனவரி 10, 1948

மக்கள் படித்தவர்களாக இருந்தால்தான் அமைச்சர்கள் எச்சரிக்கை உணர்வுடன் பணிபுரிவார்கள்.

180 ஞாயிறு
ஜனவரி 11, 1948

நான் கூறுகிறேன் என்ற காரணத்திற்காக மட்டும் எதனையும் நம்பாதீர்கள். உங்கள் தவறுகளிலிருந்து கற்றுக் கொள்ளுங்கள். எது சரி என்று தோன்றுகிறதோ, அதனை மட்டும் செய்யுங்கள்.

181 திங்கள்
ஜனவரி 12, 1948

நன்கு பயிற்சி பெற்ற உங்களது மனச்சாட்சி எதனை சரியான செயல் என்று கூறுகிறதோ அதனையே செய்யுங்கள். நல்லவைகளை மனப்பூர்வமாகப் பின்பற்றுங்கள். தீய உதாரணங்களை முன்மாதிரியாகக் கொள்ளாதீர்கள்.

182

திங்கள்
ஜனவரி 12, 1948

சட்டமன்ற உறுப்பினர் ஆக தேர்ந்தெடுக்கப்படும் எவரும் நாட்டுக்காகப் பணிபுரிவதில்லை. தங்களுடைய சொந்த நலன்களுக்காகத்தான் பாடுபடுகின்றனர்.

183

செவ்வாய்
ஜனவரி 13, 1948

அரிவாளுக்குப் பதிலாக சத்தியாக்கிரகி கடைசியாக எடுக்கக்கூடிய ஆயுதம்தான் உண்ணாநோன்பு.

184

புதன்
ஜனவரி 14, 1948

மரணம்குறித்து வருத்தமடைவதற்கு எத்தகைய காரணமும் இல்லை. எப்படியாயினும் உடல் ஏதோவொரு நாள் அழியக்கூடியதுதான். சில உடல்கள் இப்போதும்; சில பின்னரும்.

185

வெள்ளி
ஜனவரி 16, 1948

நாம் நமது செயலைப் பற்றித் தான் கவலைப் படவேண்டும்; விளைவைப் பற்றி அல்ல.

186

வெள்ளி
ஜனவரி 16, 1948

தூய்மையான உணர்வுகளை பலப்படுத்தக்கூடிய எந்தவொரு மதக் கொண்டாட்டத்தையும் நான் சிறுமைப்படுத்த மாட்டேன். ஆனால் படாடோபமான களியாட்டங்கள் நிறைந்த கொண்டாட்டங்கள் எனக்கு மகிழ்ச்சி அளிப்பதில்லை.

187 வெள்ளி
ஜனவரி 16, 1948

ஒவ்வொரு முடிவையும் பெரும்பான்மையின் அடிப்படையில் எடுப்பது என்பது ஒரு தற்கொலைக் கொள்கையாகும்.

188 வெள்ளி
ஜனவரி 16, 1948

அகிம்சையில் நிறைவான நம்பிக்கை கொண்ட எவரும், அரசாங்கப் பதவி எதனையும் வகிக்கக்கூடாது.

189 திங்கள்
ஜனவரி 19, 1948

கோபத்தைத் தவிர்ப்பது என்ற அறிவிப்பின் மூலம் சீக்கியர்கள் உண்மையான வீரத்தை வெளிப்படுத்தியுள்ளனர்.

190 புதன்
ஜனவரி 21, 1948

முஸ்லிம்களின் எதிரிகளாக இருக்கும் எவரும் இந்தியாவின் எதிரிகளாகத்தான் இருப்பார்கள் என்பதில் எனக்கு எத்தகைய சந்தேகமும் இல்லை.

191 புதன்
ஜனவரி 21, 1948

மகாத்மா காந்தி ஒரு தேவதையோ அல்லது சாத்தானோ அல்ல. உங்களைப் போல அவரும் ஒரு மனிதரே.

192

வியாழன்
ஜனவரி 22, 1948

எழுத்தறிவில்லாதவராகவும், கல்வி அறிவில்லாதவராகவும் ஒருவர் இருக்கலாம். ஆனால் அவருக்கு திடமான இதயம் இருக்குமானால் அதுவே போதுமானது.

193

வெள்ளி
ஜனவரி 23, 1948

மக்களை அவர்கள் வசம் உள்ள பணத்தைக் கொண்டோ, அவர்கள் ஆடம்பரமான முறையில் அதனை செலவழிப்பதை வைத்துக் கொண்டோ எடை போடக் கூடாது.

194

சனி
ஜனவரி 24, 1948

சுபாஷ் சந்திரபோஸ் வன்முறையை ஆதரித்தவர். நான் அகிம்சை வழியில் பற்றுக் கொண்டவன். அதனால் என்ன? மற்றவர்களுடைய நற்குணங்களிலிருந்து நாம் கற்றுக் கொள்ள வேண்டும் என்பதுதான் முக்கியம்.

195

ஞாயிறு
ஜனவரி 25, 1948

யாராவது ஒருவன் என்னைக் கொல்வானானால் அந்தக் கொலையாளியின்மீது எத்தகைய கோபமும் எனக்கு ஏற்படக் கூடாது.

195

திங்கள்
ஜனவரி 26, 1948

இந்திய கிராமவாசிகளிலேயே மிகவும் தாழ்ந்த நிலையில் உள்ளவர்களிடம் நமது சுதந்திரம் என்பது அவர்களைப் பண்ணை அடிமை நிலையிலிருந்து விடுவிக்கும் பாதையை நோக்கிய பயணம் என்ற நம்பிக்கையை ஏற்படுத்த முடிந்தால் அதனைக் கொண்டாடலாம்.

197 

செவ்வாய்
ஜனவரி 27, 1948

இந்தியாவின் அனைத்து வர்க்கங்களும் அனைத்துப் பிரிவினரும் சமமாக இருப்பதன் பெயர் தான் சுதந்திரம். பெரும்பான்மை சமூகம் சிறுபான்மையினர் மீது ஆதிக்கம் செலுத்துவதன் பெயர் சுதந்திரம் அல்ல.

198 

புதன்
ஜனவரி 28, 1948

நான் விளைவுகளின் அடிப்படையில் முடிவு எடுப்பதில்லை. நாம் கடைப்பிடிக்கும் பாதை சரியானதாக இருந்தால் போதுமானது.

199 

வியாழன்
ஜனவரி 25, 1948

நல்லவனாக இருக்க விரும்பும் மனிதன், அனைத்துச் சூழ்நிலைகளிலும் நன்மையே செய்ய விரும்பும் ஒருவன், அரசாங்க அதிகாரத்தைக் கைகளில் வைத்துக் கொள்ளக் கூடாது.

200 

வெள்ளி
ஜனவரி 30, 1948

மக்களிடமிருந்து வெகு தொலைவுக்கு விலகிச் சென்று இமயமலைச் சாரலின் பாதுகாப்பில் ஓய்வு எடுத்துக் கொள்ள நான் விரும்பவில்லை. நான் உயிருடன் இருக்கும் வரை நிலைமையை சீர்திருத்த என்னால் இயன்றவரை முயற்சிப்பேன்.

எமது வெளியீடுகள்

17463	கோவில்கள், மசூதிகள் அழிப்பு | **அ. அன்வர்உசேன், வெ. பத்மநாபன்**	70 ☐
17453	சாதி வர்க்கம், மரபணு | **ப.குராஜன்**	40 ☐
17456	அம்பேத்கர் என்ன சொல்கிறார் | **கே. சாமுவேல்ராஜ்**	40 ☐
17455	தீண்டத்தகாதவன் - **சுகன்**	130 ☐
17454	அம்பேத்கர் சாதி ஒழிப்பு	60 ☐
17424	பண்பாட்டு வெளி பன்முகப்பார்வை	200
12253	பால்கட்டு | சோலைசுந்தரபெருமாள்	280 ☐
17464	ஜெயலலிதா வழக்கு: ஒரு குறுக்கு வெட்டுப்பார்வை வெ. ஜீவகுமார்	40 ☐
12252	வெல்வதற்கோர் பொன்னுலகம் | **பிரகாஷ் காரத்**	80 ☐
10068	கிராமப்புற ஏழை மக்களுக்கு | **லெனின்**	40 ☐
17150	அரசும் புரட்சியும் | **லெனின்**	90 ☐
17163	ஃபிடல் காஸ்ட்ரோ பேருரைகள் **தமிழில்: கி.ரமேஷ்**	420 ☐
15904	கியூபா புரட்சிகர யுத்தத்தின் நினைவுகள் | **சே குவேரா**	180 ☐
17196	மார்க்ஸ்-எங்கெல்ஸ் வாழ்வும் எழுத்தும் ஓர் அறிமுகம் **டேவிட் ரியாஜெனோவ் | தமிழில்: அபராஜிதன்**	160 ☐
16952	மார்க்ஸ்—எங்கல்ஸ் : வாழ்வும் பணியும் **- சேகுவேரா**	30 ☐
16944	மதத்தைப் பற்றி.... | **லெனின்**	10 ☐
10102	மனிதக்குரங்கு மனிதனாக மாறியதில் உழைப்பின் பாத்திரம் | **பி.எங்கெல்ஸ்**	30 ☐
12267	குடும்பம், தனி சொத்து, அரசு ஆகியவற்றின் தோற்றம் | **பி.எங்கெல்ஸ்**	90 ☐
17395	வரலாற்று பொருள் முதல்வாதம் இயக்கவியல் பொருள்முதல்வாதம் | **மாரீஸ்கான்போத்**	500 ☐
17387	ரோசா லக்ஸம்பர்க் வரலாறும் கட்டுரைகளும் **தமிழில்: மிலிட்டரி பொன்னுசாமி**	150 ☐
17410	தேசியம் மற்றும் காலனியப் பிரச்சனைகள் குறித்து... மார்க்ஸ் - எங்கெல்ஸ்	220 ☐
17411	கூலி விலை லாபம் | மார்க்ஸ்	60 ☐
17415	கம்யூனிசத்தின் கோட்பாடுகள் | எங்கெல்ஸ்	25 ☐

www.ingramcontent.com/pod-product-compliance
Lightning Source LLC
LaVergne TN
LVHW040834051026
849519LV00007BB/2846
9789385377174